Impressum
Verlag: BABADADA GmbH, Nedderfeld 112 , 22529 Hamburg
Geschäftsführer / Verlagsleitung: Harald Hof
Druck: Books on Demand GmbH, In de Tarpen 42, 22848 Norderstedt

Imprint
Publisher: BABADADA GmbH, Nedderfeld 112 , 22529 Hamburg, Germany
Managing Director / Publishing direction: Harald Hof
Print: Books on Demand GmbH, In de Tarpen 42, 22848 Norderstedt

ห้องเรียน
classroom

หาร
divide

186/2

กระดาน
board

สนามโรงเรียน
school yard

ครู
teacher

กระดาษ
paper

เขียน
write

ปากกา
pen

โต๊ะทำงาน
desk

ไม้บรรทัด
ruler

หนังสือ
book

นักเรียน
pupil

กระเป๋าหนังสือ
satchel

กล่องดินสอ
pencil case

ดินสอ
pencil

กบเหลาดินสอ
pencil sharpener

ยางลบ
rubber

สมุดวาดภาพ
drawing pad

ภาพวาด

drawing

พู่กัน

paintbrush

กล่องสี

paint box

กรรไกร

scissors

กาว

glue

สมุดแบบฝึกหัด

exercise book

การบ้าน

homework

12

ตัวเลข

number

2+2

บวก

add

5-2

ลบ

subtract

2×2

คูณ

multiply

คำนวณ

calculate

A

ตัวอักษร

letter

ABCDEFG
HIJKLMN
OPQRSTU
VWXYZ

อักษรพยัญชนะ

alphabet

hello

คำ

word

ข้อความ
text

อ่าน
read

ชอล์ก
chalk

บทเรียน
lesson

ลงทะเบียน
register

การสอบ
examination

ใบรับรอง
certificate

ชุดนักเรียน
school uniform

การศึกษา
education

สารานุกรม
encyclopedia

มหาวิทยาลัย
university

กล้องจุลทรรศน์
microscope

แผนที่
map

ตะกร้าใส่เศษกระดาษที่ไม่ใช้แล้ว

waste-paper basket

โรงแรม
hotel

โฮสเทล
hostel

สำนักงานแลกเปลี่ยนเงินตรา
currency exchange office

กระเป๋าเดินทาง
suitcase

รถยนต์
car

ภาษา
language

ใช่/ไม่ใช่
yes / no

ตกลง
Okay

สวัสดี
hello

นักแปล
translator

ขอบคุณ
Thank you

ราคาเท่าไหร่...?

how much is...?

ฉันไม่เข้าใจ

I don´t get it

ปัญหา

problem

สวัสดีตอนเย็น

Good evening!

สวัสดีตอนเช้า

Good morning!

ราตรีสวัสดี

Good night!

แล้วพบกันใหม่

goodbye

ทิศทาง

direction

กระเป๋าเดินทาง

luggage

กระเป๋า

bag

กระเป๋าสะพายหลัง

backpack

แขก

guest

ห้อง

room

ถุงนอน

sleeping bag

เต้นท์

tent

ข้อมูลนักท่องเที่ยว

tourist information

ชายหาด

beach

บัตรเครดิต

credit card

มื้อเช้า

breakfast

มื้อกลางวัน

lunch

มื้อเย็น

dinner

ตั๋ว

Ticket

ลิฟต์

elevator

แสตมป์

stamp

พรมแดน

border

ภาษีศุลกากร

customs

สถานทูต

embassy

วีซ่า

visa

พาสปอร์ต

passport

เครื่องบิน
airplane

เรือใหญ่
ship

รถดับเพลิง
fire truck

รถโดยสารประจ
bus

รถบรรทุก
truck

เรือยนต์
motorboat

จักรยาน/จักรยานยนต์
bike

รถยนต์
car

เรือข้ามฟาก

ferry

เรือ

boat

รถจักรยานยนต์

motorbike

รถตำรวจ

police car

รถแข่ง

racing car

รถเช่า

rental car

การแบ่งกันใช้รถยนต์

car sharing

รถลาก

tow truck

รถขยะ

garbage truck

เครื่องยนต์

engine

เชื้อเพลิง

fuel

ปั๊มน้ำมัน

fuel station

เครื่องหมายจราจร

traffic sign

การจราจร

traffic

การจราจรติดขัด

traffic jam

ที่จอดรถ

parking lot

สถานีรถไฟ

train station

รางรถไฟ

tracks

รถไฟ

train

รถราง

tram

ตู้รถไฟ

wagon

เฮลิคอปเตอร์

helicopter

สนามบิน

airport

หอคอย

tower

ผู้โดยสาร

passenger

ตู้บรรจุสินค้า

container

กล่องกระดาษ

carton

รถเข็น/รถลาก

cart

ตะกร้า

basket

บินขึ้น/ ลงจอด

take off / land

เมือง
city

หมู่บ้าน

village

ใจกลางเมือง

city center

บ้าน

house

โรงภาพยนตร์
movie theater

โฆษณา
advert

ไฟถนน
street light

CINEMA

ถนน
street

แท็กซี่
taxi

ร้านขายขนม
snack shop

คนเดินถนน
pedestrian

ทางเท้า
sidewalk

ทางม้าลาย
zebra crossing

ถังขยะ
dumpster

ทางข้าม
crossing

ไฟจราจร
traffic lights

กระท่อม
hut

แฟลต
apartment

สถานีรถไฟ
train station

ศาลากลางจังหวัด
city hall

พิพิธภัณฑ์
museum

โรงเรียน
school

มหาวิทยาลัย

university

ธนาคาร

bank

โรงพยาบาล

hospital

โรงแรม

hotel

ร้านขายยา

pharmacy

สำนักงาน

office

ร้านขายหนังสือ

book shop

ร้านค้า

shop

ร้านขายดอกไม้

flower shop

ซูเปอร์มาร์เก็ต

supermarket

ตลาด

market

ห้างสรรพสินค้า

department store

ร้านขายปลา

fishmonger's shop

ศูนย์การค้า

mall

ท่าเรือ

harbor

สวนสาธารณะ

park

ม้านั่ง

bench

สะพาน

bridge

บันได

stairs

รถไฟใต้ดิน

subway

อุโมงค์

tunnel

ป้ายรถเมล์

bus stop

บาร์

bar

ร้านอาหาร

restaurant

ตู้ไปรษณีย์

postbox

ป้ายชื่อถนน

street sign

มิเตอร์เก็บค่าจอดรถ

parking meter

สวนสัตว์

zoo

สระว่ายน้ำ

swimming pool

สุเหร่า/มัสยิด

mosque

ฟาร์ม
farm

มลพิษ
pollution

สุสาน
cemetery

โบสถ์
church

สนามเด็กเล่น
playground

วัด
temple

ภูมิประเทศ
landscape

ใบไม้
leaf

ป้ายบอกทาง
signpost

ทาง
path

ทุ่งหญ้า
meadow

ก้อนหิน
stone

ต้นไม้
tree

นักเดินทางไกลด้วยเท้า
hiker

แม่น้ำ
river

หญ้า
grass

ดอกไม้
flower

หุบเขา

valley

เนินเขา

hill

ทะเลสาบ

lake

ป่า

forest

ทะเลทราย

desert

ภูเขาไฟ

volcano

คฤหาสน์

castle

รุ้งกินน้ำ

rainbow

เห็ด

mushroom

ต้นปาล์ม

palm tree

ยุง

mosquito

แมลงวัน

fly

มด

ant

ผึ้ง

bee

แมงมุม

spider

แมลงปีกแข็ง

beetle

กบ

frog

กระรอก

squirrel

เม่น

hedgehog

กระต่ายป่า

hare

นกฮูก

owl

นก

bird

หงส์

swan

หมูป่าตัวผู้

boar

กวาง

deer

กวางมูส

moose

เขื่อน

dam

กังหันลม

wind turbine

แผงโซล่าเซลล์

solar panel

สภาพอากาศ

climate

บริกรชาย
waiter

รายการอาหาร
menu

เก้าอี้
chair

พิซซ่า
pizza

ซุป
soup

ผ้าปูโต๊ะ
tablecloth

เครื่องใช้บนโต๊ะอาหาร
cutlery

อาหารเรียกน้ำย่อย
starter

อาหารจานหลัก
main course

ของหวาน
dessert

เครื่องดื่ม
drinks

อาหาร
food

ขวด
bottle

อาหารจานด่วน

fast food

ร้านข้างถนน

street food

กาน้ำชา

teapot

โถใส่น้ำตาล

sugar bowl

ส่วนแบ่งอาหารสำหรับหนึ่งคน

portion

เครื่องชงกาแฟเอสเปรสโซ่

espresso machine

เก้าอี้สูง

high chair

ใบเสร็จ

bill

ถาด

tray

มีด

knife

ส้อม

fork

ช้อน

spoon

ช้อนชา

teaspoon

ผ้าเช็ดปากบนโต๊ะอาหาร

serviette

แก้วน้ำ

glass

จาน

plate

จานซุป

soup plate

จานรอง

saucer

ซอส

sauce

กระปุกเกลือ

salt shaker

กระปุกบดพริกไทย

pepper mill

น้ำส้มสายชู

vinegar

น้ำมันที่ใช้ปรุงอาหาร

oil

เครื่องเทศ

spices

ซอสมะเขือเทศ

ketchup

มัสตาร์ด

mustard

มายองเนส

mayonnaise

supermarket

ข้อเสนอพิเศษ
special offer

ลูกค้า
customer

ผลิตภัณฑ์ที่ทำจากนม
dairy products

ผลไม้
fruit

รถเข็น
shopping cart

ร้านขายเนื้อ

butcher's shop

ร้านขายขนมปัง

bakery

ชั่งน้ำหนัก

weigh

ผัก

vegetables

เนื้อ

meat

อาหารแช่แข็ง

frozen food

อาหารเนื้อตัดเย็น

cold cuts

อาหารกระป๋อง

canned food

ผงซักฟอก

detergent

ขนมหวาน/ลูกกวาด

candy

ผลิตภัณฑ์ในครัวเรือน

household products

ผลิตภัณฑ์ทำความสะอาด

cleaning products

พนักงานขายหญิง

sales representative

เครื่องคิดเงิน

cash register

พนักงานจ่ายเงิน

cashier

รายการซื้อของ

shopping list

เวลาเปิดทำการ

opening hours

กระเป๋าสตางค์

wallet

บัตรเครดิต

credit card

กระเป๋า

bag

ถุงพลาสติก

plastic bag

น้ำเปล่า

water

น้ำผลไม้

juice

นม

milk

โค้ก

coke

ไวน์

wine

เบียร์

beer

แอลกอฮอล์

alcohol

โกโก้

cocoa

ชา

tea

กาแฟ

coffee

เอสเปรสโซ่

espresso

คาปูชิโน่

cappuccino

กล้วย

banana

แอปเปิ้ล

apple

ส้ม

orange

เมลอน

melon

มะนาว

lemon

แครอท

carrot

กระเทียม

garlic

ต้นไผ่

bamboo

หัวหอม

onion

เห็ด

mushroom

ถั่ว

nuts

ก๋วยเตี๋ยว

noodles

สปาเก็ตตี้
spaghetti

ข้าว
rice

สลัด
salad

มันฝรั่งทอด
fries

มันฝรั่งทอด
fried potatoes

พิชซ่า
pizza

แฮมเบอร์เกอร์
hamburger

แชนด์วิช
sandwich

ชิ้นเนื้อไร้กระดูก
escalope

แฮม
ham

ไส้กรอกแห้งซาลามิ
salami

ไส้กรอก
sausage

ไก่
chicken

ย่าง/ปิ้ง
roast

ปลา
fish

โจ๊กข้าวโอ๊ต

porridge oats

ธัญพืชอบกรอบ

muesli

คอร์นเฟล็ค

cornflakes

แป้งทำอาหาร

flour

ครัวซองค์

croissant

ขนมปังสโคน

bread roll

ขนมปัง

bread

ขนมปังปิ้ง

toast

บิสกิต

cookies

เนย

butter

นมข้น

curd

เค้ก

cake

ไข่

egg

ไข่ดาว

fried egg

ชีส

cheese

ไอศกรีม

ice cream

น้ำตาล

sugar

น้ำผึ้ง

honey

แยม

jelly

ช็อกโกแลตครีมสเปรด

nougat cream

แกงกะหรี่

curry

บ้านไร่
farm house

ก้อนฟาง
straw bale

ยุ้งฉาง
barn

ทุ่งนา
field

ม้า
horse

รถพ่วง
trailer

ลูกม้า
foal

รถแทรกเตอร์
tractor

ลา
donkey

ลูกแกะ
lamb

แพะ
sheep

แพะ

goat

วัวตัวเมีย

cow

ลูกวัว

calf

หมู

pig

ลูกหมู

piglet

วัวตัวผู้

bull

ห่าน

goose

เป็ด

duck

ลูกไก่

chick

แม่ไก่

hen

ไก่ตัวผู้

cockerel

หนู

rat

แมว

cat

หนู

mouse

วัวตัวผู้สำหรับใช้แรงงานในฟาร์ม

ox

สุนัข

dog

บ้านสุนัข

dog house

สายยางที่ใช้ในสวน

garden hose

บัวรดน้ำต้นไม้

watering can

เคียวด้ามยาว

scythe

คันไถ

plow

เคียว
sickle

จอบ
hoe

คราด
pitchfork

ค้อน
axe

รถเข็นล้อเดียว
pushcart

รางน้ำ
trough

ถังใส่นม
milk can

กระสอบ
sack

รั้ว
fence

คอกม้า
stable

เรือนกระจก
greenhouse

ดิน
soil

เมล็ดพืช
seed

ปุ๋ย
fertilizer

เครื่องเกี่ยวนวดข้าว
combine harvester

เก็บเกี่ยว

harvest

การเก็บเกี่ยว

harvest

มันเทศ

yams

ข้าวสาลี

wheat

ถั่วเหลือง

soya

มันฝรั่ง

potato

ข้าวโพด

corn

ดอกเรพซีด

rapeseed

ต้นไม้ที่ออกผล

fruit tree

มันสำปะหลัง

manioc

ธัญพืช

grain

ปล่องไฟ
chimney

หลังคา
roof

รางน้ำฝน
downspout

หน้าต่าง
window

โรงรถ
garage

กริ่งหน้าประตู
doorbell

ประตู
door

ถังขยะ
trash can

กล่องจดหมาย
mailbox

สวน
garden

ห้องนั่งเล่น
living room

ห้องน้ำ
bathroom

ห้องครัว
kitchen

ห้องนอน
bedroom

ห้องพักสำหรับเด็ก
kids room

ห้องอาหาร
dining room

พื้น
floor

ผนัง
wall

เพดาน
ceiling

ห้องเก็บของใต้ดิน
cellar

ซาวน่า
sauna

ระเบียง
balcony

ลานตะพักลำน้ำ
terrace

สระว่ายน้ำ
pool

เครื่องตัดหญ้า
lawn mower

ผ้าปูที่นอน
sheet

ผ้าคลุมเตียง
bedspread

เตียง
bed

ไม้กวาด
broom

ถังน้ำ
bucket

สวิตช์
switch

วอลเปเปอร์
wallpaper

ภาพ
picture

โคมไฟ
lamp

ชั้นวาง
shelf

ตู้
cabinet

เตาผิง
fireplace

โทรทัศน์
television

ดอกไม้
flower

เบาะ
cushion

โซฟา
sofa

แจกัน
vase

รีโมทคอนโทรล
remote control

พรมเช็ดเท้า

carpet

ผ้าม่าน

drape

โต๊ะ

table

เก้าอี้

chair

เก้าอี้โยก

rocking chair

เก้าอี้ที่มีที่วางแขน

armchair

หนังสือ

book

ผ้าห่ม

blanket

ของตกแต่ง

decoration

ฟืน

firewood

ภาพยนตร์

film

เครื่องเสียงระบบไฮไฟ

stereo system

กุญแจ

key

หนังสือพิมพ์

newspaper

จิตรกรรม

painting

โปสเตอร์

poster

วิทยุ

radio

สมุด

notebook

เครื่องดูดฝุ่น

vacuum cleaner

ตะบองเพชร

cactus

เทียนไข

candle

ตู้เย็น
fridge

ไมโครเวฟ
microwave oven

เครื่องชั่งน้ำหนักอาหาร
kitchen scales

เครื่องปิ้งขนมปัง
toaster

ผงซักฟอก
laundry detergent

เตาอบ
stove

ช่องแข็งในตู้เย็น
freezer

ถังขยะ
trash can

เครื่องล้างจาน
dishwasher

เตาปรุงอาหาร
cooker

หม้อ
pot

หม้อเหล็กหล่อ
cast-iron pot

กระทะจีน
wok / kadai

กระทะ
pan

กาต้มน้ำ
kettle

หม้อไอน้ำ

steamer

ถาดอบ

baking tray

เครื่องถ้วยชาม

crockery

เหยือก

mug

ชาม

bowl

ตะเกียบ

chopsticks

ทัพพีด้ามยาว

ladle

ตะหลิว

spatula

ที่ตีไข่

whisk

ที่กรอง

strainer

กระชอน

sieve

ที่ขูด

grater

ครก

mortar

บาร์บีคิว

barbecue

แคมป์ไฟถาวร

fireplace

เขียง

chopping board

ไม้นวดแป้ง

rolling pin

สว่านเปิดจุกขวด

corkscrew

กระป๋อง

can

ที่เปิดกระป๋อง

can opener

ถุงมือจับของร้อน

oven cloth

อ่างล้างจาน

sink

แปรง

brush

ฟองน้ำ

sponge

เครื่องปั่น

blender

ตู้แช่แข็ง

deep freezer

ขวดนม

baby bottle

ก๊อกน้ำ

tap

bathroom

เครื่องทำความร้อน
heating

ผ้าเช็ดมือ
towel

ฝักบัว
shower

สบู่ทำฟอง
bubble bath

ม่านห้องน้ำ
shower curtain

อ่างอาบน้ำ
bathtub

แก้วน้ำ
glass

เครื่องซักผ้า
washing machine

กระเบื้อง
tiles

ก๊อกน้ำ
tap

โถส้วมสำหรับเด็ก
potty

อ่างล้างจาน
sink

ห้องส้วม

toilet

ส้วมนั่งยอง

squat toilet

โถปัสสาวะหญิง

bidet

โถปัสสาวะชาย

urinal

กระดาษชำระสำหรับใช้ในห้องน้ำ

toilet paper

แปรงขัดห้องน้ำ

toilet brush

แปรงสีฟัน

toothbrush

ยาสีฟัน

toothpaste

ไหมขัดฟัน

dental floss

ล้าง

wash

ฝักบัวมือ

hand shower

สายฉีดชำระ

douche

อ่างล้างหน้า

basin

แปรงถูหลัง

back brush

สบู่

soap

เจลอาบน้ำ

shower gel

แชมพู

shampoo

ผ้าสักหลาด

flannel

ท่อระบายน้ำทิ้ง

drain

ครีม

creme

ผลิตภัณฑ์ระงับกลิ่นตัว

deodorant

กระจก

mirror

กระจกถือ

hand mirror

ที่โกนหนวด

razor

โฟมโกนหนวด

shaving foam

โลชั่นบำรุงผิวหลังโกนหนวด

aftershave

หวี

comb

แปรง

brush

ไดร์เป่าผม

hair-dryer

สเปรย์ฉีดผม

hairspray

ชุดเครื่องสำอาง

makeup

ลิปสติก

lipstick

น้ำยาทาเล็บ

nail varnish

สำลี

cotton wool

กรรไกรตัดเล็บ

nail scissors

น้ำหอม

perfume

กระเป๋าอาบน้ำ

washbag

เก้าอี้สามขา

stool

เครื่องชั่งน้ำหนัก

weighing scales

เสื้อคลุมอาบน้ำ

bathrobe

ถุงมือยาง

rubber gloves

ผ้าอนามัยแบบสอด

tampon

ผ้าอนามัย

sanitary towel

ส้วมเคมี

chemical toilet

นาฬิกาปลุก
alarm clock

ของเล่นน่ารักน่ากอด
cuddly toy

รถยนต์ของเล่น
toy car

ของเล่นประเภทเขย่าแล้วมีเสียง
rattle

บ้านตุ๊กตา
doll's house

ของขวัญ
present

ลูกโป่ง
balloon

เตียง
bed

รถเข็นเด็ก
stroller

สำรับไพ่
deck of cards

จิ๊กซอว์
jigsaw

หนังสือการ์ตูน
comic

ตัวต่อเลโก้

lego bricks

บล็อกของเล่น

toy blocks

ฟิกเกอร์แบบขยับท่าทางได้

action figure

เสื้อผ้าทารก

romper suit

จานร่อน

frisbee

โมบายแขวนหัวเตียงเด็ก

mobile

เกมกระดาน

board game

ลูกเต๋า

dice

ชุดรถไฟจำลอง

model train set

หุ่น

pacifier

ปาร์ตี้

party

หนังสือภาพ

picture book

ลูกบอล

ball

ตุ๊กตา

doll

เล่น

play

หลุมทราย

sandpit

ชิงช้า

swing

ของเล่น

toys

เครื่องเล่นวิดีโอเกม

video game console

รถจักรยานสามล้อ

tricycle

ตุ๊กตาหมี

teddy bear

ตู้เสื้อผ้า

wardrobe

เสื้อผ้า
clothing

ถุงเท้า

socks

ถุงน่อง

stockings

กางเกงรัดรูป

tights

ผ้าพันคอ
scarf

ร่ม
umbrella

เข็มขัด
belt

เสื้อยืดคอกลม
t-shirt

ร้องเท้าบูท
boots

รองเท้าสวมเดินในบ้าน
slippers

รองเท้ากีฬา
sneakers

รองเท้าแตะ
sandals

รองเท้า
shoes

ร้องเท้าบูทยาง
rubber boots

กางเกงชั้นใน
underwear

ยกทรง
bra

เสือกล้าม
undershirt

เสื้อรัดรูป
body

กางเกงขายาว
pants

กางเกงยีน
jeans

กระโปรง
skirt

เสื้อเช้ตสตรี
blouse

เสื้อเช้ต
shirt

เสื้อกันหนาว
pullover

เสื้อคลุมมีหมวก
sweater

เสื้อเบลเซอร์
blazer

เสื้อแจ็กเก็ต
jacket

เสื้อโค้ท
coat

เสื้อกันฝน
raincoat

เครื่องแต่งกาย
costume

ชุดเดรส
dress

ชุดแต่งงาน
wedding dress

เสื้อผ้า - clothing

เสื้อสูท

suit

ชุดราตรี

nightgown

ชุดนอน

pajamas

ผ้าส่าหรี

sari

ฮิญาบ

headscarf

ผ้าโพกศรีษะ

turban

เสื้อบุรเกาะ

burka

เสื้อคลุมคาฟตาน

kaftan

เสื้อคลุมอบายะห์

abaya

ชุดว่ายน้ำ

swimsuit

กางเกงว่ายน้ำ

trunks

กางเกงขาสั้น

shorts

ชุดวอร์ม

tracksuit

ผ้ากันเปื้อน

apron

ถุงมือ

gloves

กระดุม

button

แว่นตา

glasses

กำไลข้อมือ

bracelet

สร้อยคอ

necklace

แหวน

ring

ต่างหู

earring

หมวกแก๊ป

cap

ที่แขวนเสื้อโค้ท

coat hanger

หมวกปีกกว้าง

hat

เนคไท

tie

ซิป

zip

หมวกกันน็อก

helmet

สายโยงกางเกง

braces

ชุดนักเรียน

school uniform

เครื่องแบบ

uniform

ผ้ากันเปื้อนเด็ก
bib

หุ่น
pacifier

ผ้าอ้อม
diaper

เซิร์ฟเวอร์
server

ตู้เก็บเอกสาร
filing cabinet

ปริ้นเตอร์/เครื่องพิมพ์
printer

หน้าจอ
monitor

กระดาษ
paper

เมาส์
mouse

โต๊ะทำงาน
desk

แฟ้ม
folder

แป้นพิมพ์
keyboard

ร้าใส่เศษกระดาษที่ไม่ใช้แล้ว
ste-paper basket

คอมพิวเตอร์
computer

เก้าอี้
chair

แก้วมัคใส่กาแฟ
coffee mug

เครื่องคิดเลข
calculator

อินเตอร์เน็ต
internet

คอมพิวเตอร์แบบพกพา

laptop

จดหมาย

letter

ข้อความ

message

โทรศัพท์มือถือ

cell phone

เครือข่าย

network

เครื่องถ่ายเอกสาร

photocopier

ซอฟต์แวร์

software

โทรศัพท์

telephone

ปลั๊กตัวเมีย/เต้าเสียบ

plug socket

เครื่องแฟกซ์

fax machine

แบบฟอร์ม

form

เอกสาร

document

ซื้อ
buy

จ่าย
pay

แลกเปลี่ยน
trade

เงิน
money

 USD

ดอลลาร์
dollar

 EUR

ยูโร
euro

 JPY

เยน
yen

 RUB

รูเบิล
rouble

 CHF

ฟรังก์สวิส
Swiss franc

 CNY

หยวนเหรินหมินปี้
renminbi yuan

 INR

รูปี
rupee

เครื่องสำหรับกดเงินสดจากธนาคาร
cash point

สำนักงานแลกเปลี่ยนเงินตรา

currency exchange office

ทอง

gold

เงิน

silver

น้ำมัน

oil

พลังงาน

energy

ราคา

price

สัญญา

contract

ภาษี

tax

หุ้น

stock

ทำงาน

work

ลูกจ้าง

employee

นายจ้าง

employer

โรงงาน

factory

ร้านค้า

shop

เจ้าหน้าที่ตำรวจ
police officer

พนักงานดับเพลิง
fireman

พ่อครัว
cook

หมอ
doctor

นักบิน
pilot

ชาวสวน

gardener

ช่างไม้

carpenter

ช่างเย็บผ้าที่เป็นผู้หญิง

seamstress

ผู้พิพากษา

judge

นักเคมี

chemist

นักแสดงชาย

actor

คนขับรถประจำทาง

bus driver

คนขับรถแท็กซี่

taxi driver

ชาวประมง

fisherman

แม่บ้านทำความสะอาด

cleaning lady

ช่างมุงหลังคา

roofer

บริกรชาย

waiter

นายพราน

hunter

จิตรกร

painter

คนทำขนมปัง

baker

ช่างไฟฟ้า

electrician

ช่างก่อสร้าง

builder

วิศวกร

engineer

คนขายเนื้อ

butcher

ช่างประปา

plumber

บุรุษไปรษณีย์

postman

ทหาร

soldier

สถาปนิก

architect

พนักงานจ่ายเงิน

cashier

คนขายดอกไม้

florist

ช่างทำผม

hairdresser

พนักงานตรวจตั๋ว

conductor

ช่างซ่อมรถยนต์

mechanic

กัปตัน

captain

ทันตแพทย์

dentist

นักวิทยาศาสตร์

scientist

แรบไบ

rabbi

อิหม่าม

imam

พระ

monk

พระ/นักบวช

pastor

ค้อน
hammer

คีม
pliers

ไขควง
screwdriver

ประแจ
wrench

ไฟฉาย
torch

เครื่องขุด
excavator

กล่องเครื่องมือ
toolbox

กระได
ladder

เลื่อย
saw

ตะปู
nails

สว่าน
drill

ซ่อมแซม

repair

พลั่ว

shovel

ตายห่า!

Damn!

ที่โกยขยะ

dustpan

ถังสี

paint can

สกรู

screws

เครื่องดนตรี
musical instruments

ลำโพง
loud speaker

กลองชุด
drum set

กีตาร์
guitar

ดับเบิลเบส
double bass

ทรัมเป็ต
trumpet

เปียโน

piano

ไวโอลิน

violin

เบส

bass

กลองทิมปานี

timpani

กลอง

drums

คีย์บอร์ด

keyboard

แซ็กโซโฟน

saxophone

ฟลูต

flute

ไมโครโฟน

microphone

เสือ
tiger

ทางเข้า
entrance

กรง
cage

ม้าลาย
zebra

อาหารสัตว์
animal feed

หมีแพนด้า
panda

สัตว์

animals

ช้าง

elephant

จิงโจ้

kangaroo

แรด

rhino

กอริลล่า

gorilla

หมี

bear

อูฐ

camel

นกกระจอกเทศ

ostrich

สิงโต

lion

ลิง

monkey

นกฟลามิงโก

flamingo

นกแก้ว

parrot

หมีขั้วโลก

polar bear

เพนกวิน

penguin

ฉลาม

shark

นกยูง

peacock

งู

snake

จระเข้

crocodile

ผู้ดูแลสัตว์

zookeeper

แมวน้ำ

seal

เสือจากัวร์

jaguar

ม้าพันธุ์เล็ก

pony

เสือดาว

leopard

ฮิปโป

hippo

ยีราฟ

giraffe

เหยี่ยว

eagle

หมูป่าตัวผู้

boar

ปลา

fish

เต่า

turtle

ช้างน้ำ

walrus

จิ้งจอก

fox

กาเซลล์

gazelle

อเมริกันฟุตบอล
American football

ขี่จักรยาน
cycling

เทนนิส
tennis

บาสเกตบอล
basketball

ว่ายน้ำ
swimming

มวย
boxing

ฮอคกี้น้ำแข็ง
ice hockey

ฟุตบอล
soccer

แบดมินตัน
badminton

กรีฑา
athletics

แฮนด์บอล
handball

สกี
skiing

กีฬาโปโลน้ำ
polo

กระโดด
jump

หัวเราะ
laugh

กอด
hug

เดิน
walk

ร้องเพลง
sing

ฝัน
dream

ภาวนา/สวดมนต์
pray

จูบ
kiss

เขียน
write

วาดภาพ
draw

แสดง
show

ผลัก
push

ให้
give

เอาไป
take

มี

have

ทำ

do

เป็น

be

ยืน

stand

วิ่ง

run

ดึง

pull

โยน

throw

ตก/หล่น

fall

นอนเหยียดยาว

lie

รอคอย

wait

ถือ

carry

นั่ง

sit

แต่งตัว

get dressed

นอนหลับ

sleep

ตื่น

wake up

มองดู

look at

ร้องไห้

cry

ลูบ

stroke

หวีผม

comb

พูดคุย

talk

เข้าใจ

understand

ถาม

ask

ฟัง

listen

ดื่ม

drink

กิน

eat

จัดให้เป็นระเบียบ

tidy up

รัก

love

ทำอาหาร

cook

ขับรถ

drive

บิน

fly

ล่องเรือ

sail

คำนวณ

calculate

อ่าน

read

เรียนรู้

learn

ทำงาน

work

แต่งงาน

marry

เย็บ

sew

แปรงฟัน

brush teeth

ฆ่า

kill

สูบบุหรี่

smoke

ส่ง

send

ย่า/ยาย
grandmother

ปู่/ตา
grandfather

พ่อ
father

แม่
mother

ทารก
baby

ลูกสาว
daughter

ลูกชาย
son

แขก

guest

ป้า

aunt

ลุง

uncle

พี่ชาย/น้องชาย

brother

พี่สาว/น้องสาว

sister

หน้าผาก
forehead

ตา
eye

ไหล่
shoulder

นิ้วมือ
finger

ใบหน้า
face

คาง
chin

มือ
hand

หน้าอก
breast

ขา
leg

แขน
arm

ทารก

baby

ผู้ชาย

man

ผู้หญิง

woman

เด็กผู้หญิง

girl

เด็กผู้ชาย

boy

ศีรษะ

head

หลัง

back

ท้อง

belly

สะดือ

navel

นิ้วเท้า

toe

ส้นเท้า

heel

กระดูก

bone

สะโพก

hip

หัวเข่า

knee

ข้อศอก

elbow

จมูก

nose

ก้น

buttocks

ผิวหนัง

skin

แก้ม

cheek

หู

ear

ริมฝีปาก

lip

ปาก
mouth

ฟัน
tooth

ลิ้น
tongue

สมอง
brain

หัวใจ
heart

กล้ามเนื้อ
muscle

ปอด
lung

ตับ
liver

กระเพาะ
stomach

ไต
kidneys

เพศสัมพันธ์
sex

ถุงยาง
condom

เซลล์ไข่
ovum

น้ำอสุจิ
semen

การตั้งครรภ์
pregnancy

ประจำเดือน

menstruation

ช่องคลอด

vagina

องคชาต

penis

คิ้ว

eyebrow

เส้นผม

hair

คอ

neck

โรงพยาบาล
hospital

รถพยาบาล
ambulance

รถเข็น
wheelchair

รอยแตก
fracture

หมอ

doctor

ห้องฉุกเฉิน

emergency room

พยาบาล

nurse

ฉุกเฉิน

emergency

หมดสติ

unconscious

อาการเจ็บปวด

pain

การบาดเจ็บ

injury

เลือดไหล

bleeding

หัวใจวาย

heart attack

โรคหลอดเลือดในสมอง

stroke

โรคภูมิแพ้

allergy

ไอ

cough

ไข้

fever

ไข้หวัด

flu

ท้องเสีย

diarrhea

การปวดหัว

headache

มะเร็ง

cancer

โรคเบาหวาน

diabetes

ศัลยแพทย์

surgeon

มีดผ่าตัด

scalpel

การผ่าตัด

operation

เครื่องเอกซเรย์คอมพิวเตอร์ความเร็วสูง

CT

เอกซเรย์

x-ray

อัลตราซาวด์

ultrasound

หน้ากากอนามัย

face mask

โรค

disease

ห้องรอตรวจ

waiting room

ไม้เท้า

crutch

ปลาสเตอร์ยา

plaster

ผ้าพันแผล

bandage

ฉีดยา

injection

เครื่องฟังตรวจ

stethoscope

เปลหาม

stretcher

ปรอทวัดไข้

clinical thermometer

การเกิด

birth

น้ำหนักเกิน

overweight

เครื่องช่วยฟัง

hearing aid

สารฆ่าเชื้อ

disinfectant

การติดเชื้อ

infection

ไวรัส

virus

เอชไอวี/เอดส์

HIV / AIDS

ยา

medicine

การฉีดวัคซีน

vaccination

ยาเม็ด

tablets

ยาเม็ดกลม

pill

โทรออกฉุกเฉิน

emergency call

เครื่องวัดความดันโลหิต

blood pressure monitor

ป่วย/ สุขภาพดี

ill / healthy

ช่วยด้วย!

Help!

สัญญาณเตือนภัย

alarm

การทำร้าย

assault

การโจมตี

attack

อันตราย

danger

ทางออกฉุกเฉิน

emergency exit

ไฟไหม้!

Fire!

ถังดับเพลิง

fire extinguisher

อุบัติเหตุ

accident

ชุดปฐมพยาบาลเบื้องต้น

first-aid kit

สัญญาณขอความช่วยเหลือ

SOS

ตำรวจ

police

ยุโรป

Europe

อเมริกาเหนือ

North America

อเมริกาใต้

South America

แอฟริกา

Africa

เอเชีย

Asia

ออสเตรเลีย

Australia

แอตแลนติก

Atlantic

แปซิฟิก

Pacific

มหาสมุทรอินเดีย

Indian Ocean

มหาสมุทรแอนตาร์กติก

Antarctic Ocean

มหาสมุทรอาร์กติก

Arctic Ocean

ขั้วโลกเหนือ

North pole

ขั้วโลกใต้

South pole

แอนตาร์กติกา

Antarctica

โลก

earth

พื้นดิน

land

ทะเล

sea

เกาะ

island

ชาติ/ประชาชาติ

nation

รัฐ

state

หน้าปัดนาฬิกา

clock face

เข็มชั่วโมง

hour hand

เข็มนาที

minute hand

เข็มวินาที

second hand

กี่โมงแล้ว?

What time is it?

วัน

day

เวลา

time

ตอนนี้

now

นาฬิกาดิจิตอล

digital watch

นาที

minute

ชั่วโมง

hour

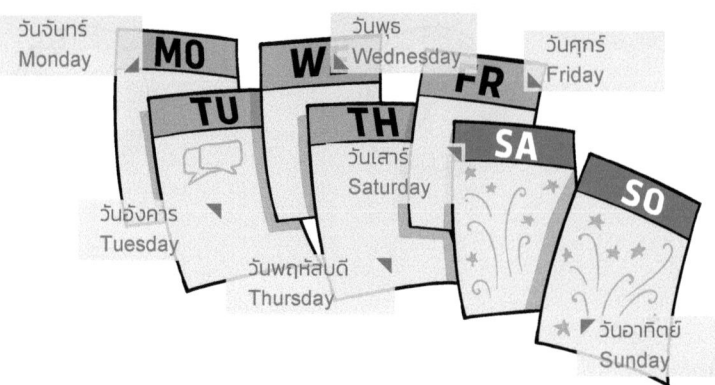

วันจันทร์
Monday

วันพุธ
Wednesday

วันศุกร์
Friday

วันอังคาร
Tuesday

วันเสาร์
Saturday

วันพฤหัสบดี
Thursday

วันอาทิตย์
Sunday

เมื่อวาน

yesterday

วันนี้

today

พรุ่งนี้

tomorrow

ตอนเช้า

morning

ตอนเที่ยง

noon

ตอนเย็น

evening

วันทำการ

workdays

วันสุดสัปดาห์

weekend

ฝนตก
rain

รุ้งกินน้ำ
rainbow

ลม
wind

หิมะ
snow

ฤดูใบไม้ผลิ
spring

ฤดูใบไม้ร่วง
fall

ฤดูร้อน
summer

ฤดูหนาว
winter

4.APRIL	11°	
5.APRIL	4°	
6.APRIL	13°	
7.APRIL	8°	
8.APRIL	10°	

การพยากรณ์อากาศ

weather forecast

เครื่องวัดอุณหภูมิ

thermometer

แสงแดด

sunshine

ก้อนเมฆ

cloud

หมอก

fog

ความชื้น

humidity

ฟ้าแลบ/ฟ้าผ่า

lightning

ฟ้าร้อง

thunder

พายุ

storm

ลูกเห็บ

hail

ลมมรสุม

monsoon

น้ำท่วม

flood

น้ำแข็ง

ice

มกราคม

January

กุมภาพันธ์

February

มีนาคม

March

เมษายน

April

พฤษภาคม

May

มิถุนายน

June

กรกฎาคม

July

สิงหาคม

August

กันยายน

September

ตุลาคม

October

พฤศจิกายน

November

ธันวาคม

December

รูปร่าง
shapes

วงกลม

circle

สีเหลี่ยม

square

สีเหลี่ยมผืนผ้า

rectangle

สามเหลี่ยม

triangle

ทรงกลม

sphere

ลูกบาศก์

cube

colors

ขาว

white

เหลือง

yellow

ส้ม

orange

ชมพู

pink

แดง

red

ม่วง

purple

ฟ้า

blue

เขียว

green

น้ำตาล

brown

เทา

gray

ดำ

black

มาก/ น้อย

a lot / a little

ฉุนเฉียว/ สงบ

angry / calm

สวยงาม/ น่าเกลียด

beautiful / ugly

เริ่มต้น/ จบ

beginning / end

ใหญ่/ เล็ก

big / small

สว่าง/ มืด

bright / dark

น้องชาย,พี่ชาย/ น้องสาว,พี่สาว

brother / sister

สะอาด/ สกปรก

clean / dirty

สมบูรณ์/ ไม่สมบูรณ์

complete / incomplete

กลางวัน/ กลางคืน

day / night

ตาย/ มีชีวิต

dead / alive

กว้าง/ แคบ

wide / narrow

กินได้/ กินไม่ได้

edible / inedible

ชั่วร้าย/ ใจดี

evil / kind

น่าตื่นเต้น/ น่าเบื่อ

excited / bored

อ้วน/ ผอม

fat / thin

อย่างแรก/ สุดท้าย

first / last

เพื่อน/ ศัตรู

friend / enemy

เต็ม/ ว่างเปล่า

full / empty

แข็ง/ นุ่ม

hard / soft

หนัก/ เบา

heavy / light

หิว/ กระหายน้ำ

hunger / thirst

ป่วย/ สุขภาพดี

ill / healthy

ผิดกฎหมาย/ ถูกกฎหมาย

illegal / legal

ฉลาด/ โง่

intelligent / stupid

ซ้าย/ ขวา

left / right

ใกล้/ ไกล

near / far

ใหม่/ ใช้แล้ว

new / used

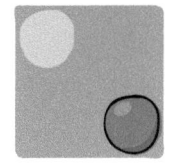

ไม่มี/ บางสิ่งบางอย่าง

nothing / something

แก่/ หนุ่ม

old / young

เปิด/ปิด

on / off

เปิด/ ปิด

open / closed

เงียบ/ ดัง

quiet / loud

รวย/ จน

rich / poor

ถูก/ ผิด

right / wrong

ขรุขระ/ เรียบ

rough / smooth

เศร้า/ ดีใจ

sad / happy

สั้น/ ยาว

short / long

ช้า/ เร็ว

slow / fast

เปียก/ แห้ง

wet / dry

อบอุ่น/ หนาวเย็น

warm / cool

สงคราม/ สันติภาพ

war / peace

ตรงกันข้าม - opposites

0

ศูนย์

zero

1

หนึ่ง

one

2

สอง

two

3

สาม

three

4

สี่

four

5

ห้า

five

6

หก

six

7

เจ็ด

seven

8

แปด

eight

9

เก้า

nine

10

สิบ

ten

11

สิบเอ็ด

eleven

12
สิบสอง
twelve

13
สิบสาม
thirteen

14
สิบสี่
fourteen

15
สิบห้า
fifteen

16
สิบหก
sixteen

17
สิบเจ็ด
seventeen

18
สิบแปด
eighteen

19
สิบเก้า
nineteen

20
ยี่สิบ
twenty

100
หนึ่งร้อย
hundred

1.000
หนึ่งพัน
thousand

1.000.000
หนึ่งล้าน
million

ภาษาอังกฤษ

English

ภาษาอังกฤษแบบอเมริกัน

American English

ภาษาจีนแมนดาริน

Chinese Mandarin

ภาษาฮินดี

Hindi

ภาษาสเปน

Spanish

ภาษาฝรั่งเศส

French

ภาษาอาหรับ

Arabic

ภาษารัสเซีย

Russian

ภาษาโปรตุเกส

Portuguese

ภาษาเบงกอล

Bengali

ภาษาเยอรมัน

German

ภาษาญี่ปุ่น

Japanese

ฉัน

I

เธอ

you

เขา / หล่อน / มัน

he / she / it

พวกเรา

we

พวกคุณ

you

พวกเขา

they

ใคร?

who?

อะไร?

what?

อย่างไร?

how?

ที่ไหน?

where?

เมื่อไหร่?

when?

ชื่อ

name

ข้างหลัง

behind

ใน

in

ข้างหน้า

in front of

เหนือ

over

บน

on

ใต้

under

ด้านข้าง

beside

ระหว่าง

between

ตำแหน่ง

place